நொதுமலர்க் கன்னி

மௌனன் யாத்ரிகா

டிஸ்கவரி புக் பேலஸ்

கே.கே.நகர் மேற்கு, சென்னை - 600 078.

(பாண்டிச்சேரி கெஸ்ட் ஹவுஸ் அருகில்)

Ph: 044-6515 7525 Mobile: +91 87545 07070

நொதுமலர்க் கன்னி (கவிதைகள்)
ஆசிரியர்: மௌனன் யாத்ரிகா©

First Edition: Feb - 2018
Pages: 88
ISBN: 978-93-86555-41-0

Discovery Book Palace (P) Ltd,
6, Mahaveer Complex, Munusamy Salai,
K.K.Nagar West,Chennai-600 078.
Ph: +91 - 44-6515 7525
Mobile: +91 87545 07070

E-mail: **discoverybookpalace@gmail.com,**
Website: **www.discoverybookpalace.com**

Rs. 80

நன்றி

இந்திரன், அறிவுமதி, யவனிகா ஸ்ரீராம்,
எஸ்.சண்முகம், யூமா வாசுகி, அஜயன் பாலா,
பவா செல்லதுரை, கண்ணன், தேவிபாரதி,
அய்யப்ப மாதவன், ஓவியர் மணிவண்ணன்,
சிபிச்செல்வன், நா.விச்வநாதன், கரிகாலன்,
கே.என்.செந்தில், தமிழச்சி தங்கபாண்டியன்,
தேன்மொழிதாஸ், கலைச்செல்வி,
எஸ்.செந்தில்குமார், நக்கீரன், பிருந்தாசாரதி,
வெய்யில், இளங்கோ கிருஷ்ணன், கதிர்பாரதி,
பொன்பார்த்திபன், தி.பச்சைமுத்து, வேடியப்பன்.

ஆனந்த விகடன், தடம், காலச்சுவடு, கணையாழி,
கபாடபுரம், மலைகள், பேசும் புதிய சக்தி,
இனிய உதயம், காக்கைச் சிறகினிலே, தை,
நான்காவது கோணம்.

என் பரன் பரைபாணர்களுக்கு...

நனி நாண் உடையள்; நின்னும் அஞ்சும்;
மலர்ந்த மார்பின் பாயல்; தவநனி வெய்யல்;

கபிலர் - ஐங்குறுநூறு - 205

உள்ளே

பூவுலகின் நண்பர்கள்	8
மூன்று மகிழ்ச்சியான வண்ணங்கள்	10
உடல் இளைத்த மிளா	12
காட்டுயிர்களின் வாசனை	14
விளைச்சலின் தெய்வம்	16
ஒரு கம்பளிக்கான இசை	17
குமாரத்திகளின் வயிற்றில் இருக்கும் அற்புத சூல்	20
ஆவித் தீர்ந்துவிடுவதைப் பற்றிய பாடல்	22
தலைமான் வீடு	24
பருவக் காற்றில் திரிகிறேன்	26
ஒரு மரத்தின் கதை	28
நொதுமலர்க் கன்னி	30
முலைக்குதப்பும் சத்தம்	32
இரை	34
எக்காளக் கூத்து	36
மதினிகளின் தம்பட்டம்	38
பிரத்யேக தெருவில் வசிப்பவள்	40
முலைக்குதப்பும் சத்தம்	42
காலம்: கோடை நிலச்சூழல்: கடும் வறட்சி	43
சிட்டுக் குருவிகளின் கண்கள்	44
பூம்பட்டினப் பாடல்	46
முளைக்கட்டிய காமம்	47
மிக வலுவான கல்லறைக்காக செத்துக் கொண்டிருக்கிறோம்	48

பஞ்சத்தின் கதையாடல்	50
கெடுமொழி சூழ்ந்த ஊர்	52
அப்பாவின் நகம்	54
தழுவு கொடி	56
வாழ்வை சாத்தியப்படுத்திய மண்புழு	58
நீர் மருதம்	60
காட்டின் ஒளிப்படம்	62
நலமறியும் கடிதம்	64
நிலத்தின் விடத்தை முறிப்பவன்	66
பனையோலை போல் ஆடும் நெஞ்சுக்கூடு	68
உறங்காத தண்டவாளங்கள்	70
மத்தியானக் களையெடுப்பு முடிந்து வருபவள்	72
ஒவ்வொரு நெல்லிலும் ஒரு பெயர் எழுதப்பட்டிருக்கிறது	75
காவற்காடு	76
கோடையைக் குடித்த விதை	78
செந்தூரா மாமரத்தின் மடந்தைப் பருவம்	80
மண்ணை முத்தமிட தேவையான தேறல்	82
வாஞ்சை எம் நிலத்தின் குணம்	84
மாயநீர்	86
திருகைக்கல் போன்று அசையா காமம்	87

பூவுலகின் நண்பர்கள்

காட்சிக்கு உள்ளே செல்லுங்கள்
காட்டுக்குள் இரண்டு பேர் போகிறார்கள்

"சிதடிகளின் ரீங்காரம் குறைவாகக் கேட்கிறது
இது மனிதர்கள் அத்துமீறியுள்ள காடு
துளைக்கருவி இசைக்கு அவிழும் பூக்களை
சிதைந்துள்ள இக்காட்டில் நான்
எப்படி கண்டடைவேன் எனத் தெரியவில்லை"
பூவுலகின் நண்பன் கவலையுற்றான்

"மீன்கள் நித்திய தனிமையிலிருக்கும் ஓடையில்
இன்னமும் நீரோட்டமிருக்கிறதென்று நினைக்கிறேன்
அலைகளின் சத்தம் கேட்கிறது"
நினைவை மடை மாற்றினான் காடோடி

"இதோ, லாரிகள் சென்றுள்ள வழித்தடம்
சக்கரங்கள் வலுவாக அழுந்தியுள்ளன
நல்ல எடை கொண்ட மரங்களை
பாவிகள் வெட்டியிருக்கிறார்கள்"
பூவுலகின் நண்பன் புலம்பினான்
"தீயில் சுட்ட சருகு மானின் இறைச்சியை கடித்துக்கொண்டு
குடித்துக் களியுறும் பழங்குடிகளின் ஊர்
அருகில் இருக்கிறது அங்கு செல்வோம்
நாம் அமைத்திருக்கும் தற்காலிகக் குடில்
கோபத்திலிருக்கும் யானையின் கண்ணில் பட்டுவிடக்கூடாது"
ஆபத்தை உணர்த்தினான் காடோடி
"இங்கிருக்கும் ஓலம் நம்மைத் தூங்கவிடாது
நாம் விழித்திருப்போம்
ஈர மலத்தின் வாசம் காற்றில் கலந்திருக்கவில்லை
விலங்குகளால் இடர் நேரும் வாய்ப்பு குறைவுதான்
நாம் நிலவைப் பார்த்தபடி படுத்திருப்போம்"
பூவுலகின் நண்பன் காத்திருக்க விரும்பினான்

"அழிந்துள்ள காட்டின் துயரத்திலிருக்கும்
மீதமுள்ள மரங்களின் கேவல்
நெஞ்சைப் பிளந்துவிடும்
இங்கிருந்து போய்விடுவோம்"
காடோடி அஞ்சினான்

காட்சியை விட்டு வெளியேறுங்கள்
காட்டை விட்டு அவர்கள் வெளியேறுகிறார்கள்

வெறும் தக்கையாக, உடைத்துப் பிளக்கப்பட்ட புல்லாங்குழல்
ஓடையில் மிதப்பதை நீங்கள் காண வேண்டாம்
அது இசையின் பிணம்.

மூன்று மகிழ்ச்சியான வண்ணங்கள்

காட்சி - ஒன்று
நேரம்: பிற்பகல் காலம்: முதுவேனில்
சூழல்: பசுமை மாறா மேய்ச்சல் நிலம்

விலா புடைக்க மறிகள் மேய்கின்றன
புற்கள் மிகுந்திருக்கும் மிதப்பில்
கவலையற்ற உணவு சேகரிப்பு
இடையன் ஒரு தூக்கம் போடுகிறான்
அவனுடைய மேய்ச்சல் தடியில்
இயல்பாக அமர்ந்திருக்கிறது வண்ணத்துப்பூச்சி
ஆலோலம் போடுகிற அதன் இறகில்
மூன்று மகிழ்ச்சியான வண்ணங்கள்

இந்தச் சூழலை ஒரு பிக்குவைப்போல்
வாழ்வின் பேரனுபவமாக உள்வாங்கிக் கொள்ளுங்கள்
வைக்கோலால் செய்யப்பட்ட உங்கள் தொப்பியைக் கழற்றி
அதில் உதிர்ந்த மலர்களை எடுத்துச் செல்வீர்கள்
நீங்கள் தயாரித்துப் பருகும் பானம்
அன்று இரவில் மிக்க சுவையாக இருக்கும்

காட்சி - இரண்டு

இயற்கையை நீங்கள் மறக்கப் போகிறீர்கள்
அழகின் மீதிருந்த ஆனந்தம் குறைந்து

பொருள் குவித்து வாழ விரும்பும் பேராசைக்கு
பலியாகிறது உங்கள் மனம்
அடுத்து நடக்கப் போவது இதுதான்;
கதையோடு ஒன்றுங்கள்

நீர்நிலைகள் வெடித்துக் கிடக்கின்றன
காய்ந்த பாசிகள் உதிரும் மதகில்
கதறும் கரிச்சான்
நாவினை நனைத்துக்கொள்ள வெகுதூரம் ஓடுகிறது ஞமலி
துவண்ட பால் கள்ளிகளை வேலியாக
அமைத்துக் கொண்டிருக்கிறான் உழவன்
அயல் பயிர்கள் வெப்பக் காற்றில் ஆடிக்கொண்டிருக்கின்றன

இந்தக் காட்சிதான் முக்கியமானது
இதையும் பார்த்துவிடுங்கள்

நடுத்தர வயதில் உயிர் விடுபவர்களின் எண்ணிக்கை
நாளுக்கு நாள் அதிகரிக்கிறது
நெருப்பில் சுட்டு கடித்துக் கொள்வதற்காக
எலும்புத்துண்டுகள் சேகரிக்கப்படுகின்றன
உண்பதற்கு சதைதான் வேண்டுமெனில்
முன் பற்களைக் கூர்மைப் படுத்திக்கொள்ளவும்
எதையும் எப்போதும் கவ்விக் குதறினால்தான்
உயிர்ப் பிழைத்திருக்க முடியும்
இந்த விதி யாவருக்கும் பொருந்தும்

இறுதிக் காட்சி

இதுவரைக்கும் காட்சியாக அமைந்தது
வெறும் கனவுதான்
நீங்கள் உங்கள் ஆடுகளை
மேய்ச்சலுக்கு ஓட்டிச் செல்லுங்கள்
அங்கு நிறைய புல்வெளிகள் இருக்கின்றன.

உடல் இளைத்த மிளா

மான்கள் தாகித்தலைகிற கோடையில்
கொடிய பாதையில் உடன்போக்குச் சென்றோம்
நமது ஊரின் விளிம்பில் நின்ற பனை மரங்களில்
குருவிகள் போய்விட்ட கூடுகள்
பிய்ந்து தொங்கியதை
அபசகுணமாய்க் கண்டு பேதலித்த
உன் நடுக்குற்ற கரங்களை
நம்பிக்கையை உறுதிப்படுத்தவென
அழுந்தப் பற்றியிருந்தேன் நான்

உடல் இளைத்த மிளா ஒன்றை
என்னிடம் நீ காட்டியபோது
அது உன்னைப்போல் இருப்பதாகத் தோன்றியது
நீர்த்தன்மை அழிந்திருந்த கத்தாழை போல்
இருவரும் துவண்டிருந்தோம்
நம் நிலத்தின் படர்க்கொடிபோல்
பின்னிக் கிடக்க வேண்டுமெனும் ஆவல்
நமக்கு ஏனோ வந்தது

நாம் அந்த முன்னந்தி வெயிலில்
கண்ணீர் மல்க அணைத்துக் கொண்டோம்
கொதி மணலின் கானல்
மெல்லக் குறையத் தொடங்கியது

நாம் இந்த முன்னறியா ஊருக்கு வந்தபோது
முழுமையான வெளிர் நீலத்திலிருந்த ஆகாயத்தையும்
வளர்ந்து கொண்டிருந்த நிலவையும்
உன்னிடம் காட்டினேன்

நீ ஏதோ பேச தழுதழுத்தாய்
உன் உன்னத காதலின் கசிவினால்
அது நேர்ந்ததென்று எனக்குத் தெரியும்

(தடம் விகடன்)

காட்டுயிர்களின் வாசனை

தலையில் கட்டியிருந்த டார்ச் வெளிச்சத்தால்
ஒரு மாபெரும் மாளிகையைத் திறப்பதுபோல்
மையிருட்டு பின்னிரவைத் திறந்துகொண்டே போனார்கள்
முயல் வேட்டைக்காரர்கள்

காடு விழித்துக் கொண்டதை அறிந்த ஜீவக்கூட்டங்கள்
கொத்தமல்லி பூத்திருந்த நிலத்தை
கச்சேரி நடக்கும் மைதானத்தைப்போல் மாற்றியிருந்தன
சில்வண்டின் உச்சஸ்தாயி குரல்
தூரத்து வேலங்காட்டிலிருந்து வெளியேறி
அந்தச் சமவெளியைக் கடந்து போனது

எழுந்துப் பறந்தமர்ந்த காடைகள்
இறங்கி ஓடிய பாத்தியில்
ஈர மண்ணோடு பெயர்ந்து துடித்தன மண்புழுக்கள்

தனித்தலையும் மிரண்ட மானைப்போல்
நிலவு நின்றிருந்த திக்கில்
அடுத்தடுத்து, தொடர்ச்சியாக
தேக்கிலைகள் உதிர்வதைக் கேட்க முடிந்தது

முயலொன்று ரவையால் துளையிடப்பட்டபோது
ஒரு கூடையைப்போல் அந்தக் காட்டைத்
திறந்தது ஊதக்காற்று
நாசியையும், நாவின் சுவை நீட்சிகளையும்
ஓரே நேரத்தில் மயக்கும் வாசனை
காடெங்கும் பரவி வியாபித்தது

அந்த மணம்
கொத்தமல்லியுடையது போலவும் இருந்தது
கலவியின்போது தன் இணையை இழந்த
முயலுடையது போலவும் இருந்தது

(ஆனந்த விகடன்)

விளைச்சலின் தெய்வம்

பேர் போன கதைசொல்லி அவர்
கதை கேட்கும் திளைப்புள்ளவர்கள் அழைத்தால்
கிளம்பிப் போய்விடுவார்
ஊரை ஈர வாசம் சூழும் பருவமாக அது இருந்தால்
நன்செய்க் காட்டின் வரப்புகளில் நடப்பார்
தண்ணீர்ப் பாய்ச்சி மடை அடைக்கப்பட்ட வயலில்
அவரது நிழல் நனைந்து நகரும்போது
கதிர்களின் இடையே விளைச்சலின் தெய்வம்

நுழைந்து செல்வது போலிருக்கும்
விதை நெல்லை அரித்துக்கொண்டு செல்லும் தாரா
வெளியில் இங்குமங்கும் ஆளவட்டம் போடும்
அன்று அவர் கூறும் கதைகளின் நிறம் பச்சையாக இருக்கும்
மூங்கில் வாரைகளின் வழியே நிலா பார்க்க முடிகிற
இலையுதிர் காலமாக இருந்தால்
வண்டித்தடங்கள் கிடக்கும் பாதையில் செல்வார்
பகல் முழுக்க நடந்தவர்களின் காலடிச் சுவடுகள்
வண்டலில் பதிந்திருக்கும்
அதில் ஆயிரம் கதைகள் இருப்பதை உணர்ந்துகொண்டே
போவார்
நிலத்தில் மிச்சமிருக்கும் பனைகள்தான்
ஆண் மக்களைப் போன்று
இன்னமும் காவலுக்கிருக்கின்றன என்றவாறு
அன்றைய கதைப்பாடல் முடியும்
இடையர்கள் கிடைவேலி போடும் வேனிற்காலத்தில்
அவர்களோடு இரவில் தங்கிக் கொள்வார்
கதைக்கு ஈடாக அவர்கள்
ஆட்டுப்பால் பிடித்து அருந்தத் தருவார்கள்
வயதொத்த சம்சாரிகளாக இருந்தால்
மறைக்க எதுவுமில்லாதவர்களைப்போல்
வெடிச்சிப் பேசிவிடுவார்கள்
கதையின் நீர்மையை
அந்த வெள்ளந்திப் பேச்சு
பொங்கிப் பெருக்கெடுக்க வைக்கும்
தட்டைகளை இளவரசர்களைப்போல் காட்டும்
வெண்சாமரைச் சோளத்தை
பச்சையாக உண்ணக் கொடுக்கும் ஊரில்தான்
அவருக்கென்றிருக்கும் கதையைப் பாடுவார்
அந்தக் கதையைக் கேட்பதற்கென்றே
அங்கு ஓர் உயிருள்ளதென்று அவர் மட்டும் அறிவார்.

ஒரு கம்பளிக்கான இசை

உடல் விறைத்துவிடும் போலிருக்கிறது
இதுவொரு மோசமான குளிர்காலம்
கம்பளி வைத்திருப்பவன் மட்டுமே
பிழைத்திருக்க முடியும்
சணலால் செய்யப்பட்ட கோணியின் வழியே
ஊசியைப்போல் இறங்கிக் குத்துகிறது ஈரம்
காய்ந்த இறைச்சித் துண்டுகளை
சேகரித்து வைத்துள்ளவன்
உயிர் பிழைத்திருக்கும் வாய்ப்பைக்
கூடுதலாகப் பெற்றிருக்கிறான்
அவனுடைய ஆட்டு மந்தையை,
பிழைத்து வந்தவுடன் நானே மேய்ப்பதாக வாக்களிக்க
எண்ணினேன்

ஆனால், 'உன்னுடையது நாயின் கண்களைப்போல்' இருப்பதாக
அவன் சொல்லி விடுவானோ என அஞ்சினேன்
'இந்த ஆண்டின் பனிக்காற்றுக்கு நான்
உயிர் பிழைத்து விடுவேன் எனில்
அடுத்து வரும் கோடைக்காலம் முழுதும்
ஒரு கம்பளிக்காக உழைப்பேன்' என்று
பாடும் ஒருவனின் குரல்
எனக்கு நெருக்கமானதாக இருக்கிறது
நான், அந்தப் பாடலின் சில வரிகளை
நம்பிக்கையாகப் பற்றிக்கொள்கிறேன்
'வறியவர்களின் உயிர் இயற்கையிடம்
திரும்பிச் செல்வதற்கு எளிமையான வழிகள் நிறைய உள்ளன
பசியும் குளிரும் நோயும் நிராதரவும் அந்த வழிகளாக உள்ளன'
என்ற வரிகளை
எங்களில் பலரும் உடன் சேர்ந்து பாடினோம்
முதியவர்களை எப்போது வேண்டுமானாலும்
இழந்துவிடுவோம் என உறுதியாகத் தெரிந்தது
நல்லவேளை எங்கள் பெண்கள்
புதிய குழந்தைகளைப் பெற்றிருக்கவில்லை
குளிரில் விறைத்து முதலில் உயிர் விட்ட கன்றினை
நாள் முழுக்க நாவினால் ஈரப்படுத்திக்கொண்டிருந்த
பசுவின் கண்ணீர் மல்கும் கண்களைக்
கண்ட பதட்டத்திலிருந்து நாங்கள் மீளவில்லை
என்னிடம் ஒரு கேள்வி உண்டு
அது எங்களைப் படைத்ததாகக் கூறப்படும் இறைவனுக்கானது
'மனிதர்களின் தோலிலும்
செருப்பு தைத்துக்கொள்ள விரும்பக்கூடியவர்கள் இருக்கும்போது
ஏன் எங்கள் தோல்களை மென்மையாகப் படைத்தீர்
ஆண்டவரே?
குறைந்தபட்சம் இந்தக் கடுங்குளிரைத்
தாங்கும் அளவுக்காவது கடினத் தோல்
கொடுத்திருக்க வேண்டாமா?'

மௌனன் யாத்ரிகா | 19

குமாரத்திகளின் வயிற்றில் இருக்கும் அற்புத சூல்

பாம்பு உரித்துப் போட்ட படத்தைப்போல்
தோல் சுருங்கிய என் தந்தைவழித் தாயிடம்
உன் வயதென்ன என்றேன்
நம் நெல் வயலுக்கும் எனக்கும் சம வயதென்றாள்
அவ்வளவு முதியதா நம் நெல்வயல் என்றேன்
இல்லை, அவ்வளவு இளையவள் நானென்று
சொன்னேன் மக்கா என்றாள்

அப்புறம் ஏன், நிலமும் நீயும்
வெடித்து சுருங்கிப் போயிருக்கிறீர்கள்?

தினமொரு நெல்லிக்கனி தின்றவள் போல்
வாளிப்பும் செழிப்பும் படர்ந்தது என் வனப்பு
நிலமும் அப்படித்தான் இருந்தது
நீர்மைப் பெருகி நின்றதொரு காலமது

அப்படியானால், இந்நிலத்தில் பொங்கிப் பிரவாகித்த
பெரு வெள்ளக் காட்சிகள்
உனக்குத் தெரிந்திருக்கும்
ஆமாம், மதகில் இரைச்சலுறும் இரவில்
என் உடற்கட்டை அசைக்கும்
கடுங்குளிர்க் கண்டிருக்கிறேன்
இந்நிலம் சூல் கொண்ட அத்தகையப் பருவங்களில்
என் சூலகம் திறக்க எளிய வழியில் வந்தன
உன் பாட்டனின் மகரந்தத் துகள்கள்
நீ அதன் புதிய குட்டி
ஓரு வனத்தை உருவாக்கும் சூலிடம்
காற்றும் மழையும்தான்
மகரந்தங்களை அழைத்துக்கொண்டு வருகின்றன
என்னிடம் ஒரு மருத வனத்திற்கான
அற்புத சூல் இப்போதும் இருக்கிறது
அதை நான் என் வம்சத்தின் இளைய குமாரத்திகளின் வயிற்றில்
வைத்துக் காப்பாற்றி வருகிறேன்

தூளியில் உறங்கிய இவ்வீட்டின் புதிய குட்டியை
அத் தாயின் மடியில் கிடத்தினேன்
அவள் கைகள் அச் சிறு கொழுந்தின்
வயிற்றைத் தடவிக் கொடுத்தபடியிருந்தன
தான் பத்திரப்படுத்திய சூல்
பாதுகாப்பாக இருப்பதுபோல்
ஒரு பாவனை அவள் முகத்தில்
அதில் அப்படியொரு மலர்ச்சி.

ஆவித் தீர்ந்துவிடுவதைப் பற்றிய பாடல்

எரிந்தக் காட்டிலிருந்து வெளியேறிய பறவைகள்
பழங்குடியினர் தம் எதிரி நிலத்தினர் நோக்கி
எய்த அம்புகளைப்போல் பறந்துச் சென்றன
அவ்வளவு பெரிய புள் கூட்டம்
திசைகளெங்கும் அடர்த்தியாய் வியாபித்ததும்
ஓர் அசுரன் பிறந்து வரும்போது
இருளால் சூழப்படும் சராசரம்போல்
ஆகாயம் மாறிற்று

இதுநாள் வரை மெய்க்காதலால்
இணக்கமுற்றிருந்த உயிர்கள்
மலைகள் நோக்கியும் பள்ளத்தாக்குகள் நோக்கியும்
சமவெளி நோக்கியும் சதுப்புநிலம் நோக்கியும்
பாலைவனம் நோக்கியும் சிதறிப் பிரிந்தன

இனம் அழிக்கப்படும் போதும்
நிலம் இழக்கப்படும்போதும் எழும்
அதே ஓலம் உயிரைப் பிசைந்தது

நீர்ச்சுழிப்பு மிகுந்த நதியில்
தீக்கு அகப்படா சருகுகள் மிதந்து போயின

நதியைக் கடந்து சென்ற பறவைகள்
அது, நீலத் தீயோவென மருண்டன
ஒரு பதுகாப்பான பச்சை வனம்
நதிக்கு அப்பக்கம் இருக்க வேண்டும் என
மன்றாடியது மனம்

ஓர் அற்புத விளக்காய் நிலவு
மலையுச்சிக்கு வந்து சேர்ந்தபோது
புகலிடம் கிடைத்ததன் பொருட்டு
அச்சம் நீங்கிய குரல்கள்
அங்கிருந்து நாலா திசைகளுக்கும் கேட்டன

ஆகாயத்தின் சாளரங்கள்
ஒவ்வொன்றாகத் திறந்தபோது
முற்றிலும் எரிந்த காட்டிலிருந்து
புகை மேலெழுந்து கொண்டிருந்தது

தீயின் உக்கிரத்தைத் தாங்காமல்
வெடித்த மரங்களிலிருந்து
உதிர்ந்த கூடுகளும் குஞ்சுகளும் முட்டைகளும்
காட்டைப்போல் சாம்பலாகியிருக்கும்
புதிதாய் வேர் பிடித்து வாழ்வதற்குள்
ஆவித் தீர்ந்துவிடும் என்பதைப்
பொருளாகக் கொண்ட பாடல்
எந்தத் திசையிலிருந்தோ வந்தது.

தலைமான் வீடு

பிரண்டையில் புளி வைத்து அரைத்து செய்யும்
வெஞ்சனம் பிசைந்து சோறுண்ட நாளில்
இப்போது நன்கு பசியெடுக்கிறதென்றார் அப்பா
ரெட்டைச் சுழி உடம்பின் தேக்கு பலத்தைக் குறைத்து
படுக்கையில் தள்ளிய நோய்
ஓர் இலைச்சுருட்டுப் புழுவைப்போல்
அவரை உறிஞ்சி எடுத்திருந்தது

அம்மியை இடுக்கிப் பிடித்திருந்த
அம்மாவின் தொடைகளில் ஏறியிருந்தது
அப்பாவை மீட்டெடுக்கும் உறுதி
குழவிக் கல்லில் நசுங்கிக் குழைந்த
உப்பு மிளகுக் காரம் பூசி
ஊறவைத்த முழு வெடக்கோழியில்
இறங்கிக் கொண்டிருந்தது
ஊரையே வளைத்து முடுக்கும் ருசி

காரம் தூக்கலாக இருக்கும்போது
அப்பாவை சாப்பிட வைத்துப்
பார்த்துக்கொண்டே இருக்கலாம்

கறி புடிக்காத இளைத்த என் உடம்பைத்
தேற்றும் நோக்கில்
சிறுதானியங்கள் விளையும் ஊருக்குச் சென்று
கோழி வாங்கி வரும் அவர் சொல்வது
'அந்த ஊர் இன்னும் பச்சைப் பசேலென்று இருக்கிறது'

அப்படிப்பட்ட அப்பாவைத்தான்
தூக்கிக் கொடுத்துவிடப் பார்த்தோம்
வீட்டின் தலைமான் கவலைக்கிடமாகும்போது தோன்றும்
துர் நிமித்தங்கள் தரும் பயத்துடன் கூடிய துயரம்
முட்டைகளோடு தவறி விழும் கூட்டின்
அருகிலேயே பறந்து தவிக்கும் பறவையின் நிலைக்குக்
குடும்பத்தைத் தள்ளிவிட்டு விடுகிறது

தன் மகனை உயிர்ப்பிக்க
முலைகளை ஊட்ட வருமாறு
என்றோ இந்நிலத்தில் உறங்கப் போய்விட்ட
அவரது தாயிடம் வேண்டிக் கொண்டோம்

அடுத்த சில நாட்களில்
நோய்மை அவர் கண்களின் வழியே
இறங்கிப் போயிருந்த தடத்தைக் கண்டோம்
அவரது வெளிறிய கண்களில்
லேசாய் ரத்தக் கோடுகள் தெரியத் தொடங்கின

அப்பா இப்போது
ஒரு புதிய பனங்கன்றைப்போல்
எழுந்து உட்கார்ந்திருந்தார்

(ஆனந்த விகடன்)

பருவக் காற்றில் திரிகிறேன்

நீள் உறக்கத்தில் இருந்தது ஊர்
உறைய வைக்கும் குளிர் மாதத்தின்
பருவக் காற்றில் திரிந்ததென் காமம்
துவர்ப்பேறி அடர்ந்திருந்த சாமத்தின் ஜீவ கூட்டம்
குரல் கொடுத்து எழுப்பிற்று என்னை

மோகிக்கும் சூழலைச் சாத்தியமாக்கிய
இலைகள் உதிர்ந்து மிதப்பதன் மௌனம்
உந்தியதென்னை உன்னிடம்
தாழிட்டுக்கொண்ட திசைகளைத் திறந்து
ஒரு பூனையை விடவும் மெதுவாய்
சப்தமற்று நெருங்குகிறேன் உன் குடில்

ஆடு புழுக்கையிடும் சத்தத்திலும்
கேட்க வாய்க்கிறது உன் நாசிக்காற்று
குறுக்கிப் படுத்து உதறல் போக்கும்
குழந்தையின் இயல்புசார் உடலை
உற்றறிந்து மோகித்து அழிகிறதென் குளிர்

அருகில் எங்கோ கிளைமாறி அமர்ந்த
பறவையின் இருப்பு
உன் விழிப்புக்குச் சாத்தியமற்றது எனினும்
நீ உணரக்கூடிய வாய்ப்புமுண்டு

நடுக்கத்தை அதிகரித்துக் கடந்த
மேற்கத்திக் காற்றில் ஊதலின் குணம் கண்டேன்
வெளித்தெரிந்த பாதங்களை உள்ளிழுத்துக் கொண்டு
போர்வையைச் சமன்படுத்திய நீ
என் இருப்பைக் கிரகித்தாய் அன்பே

அதற்குப் பின் மீந்திருந்த
இரவையும் குளிரையும்
உன் கண்களில் தேக்கி
பார்த்துக் கொண்டிருந்தேன் நான்.

ஒரு மரத்தின் கதை

கண் முன் ஒரு மரம்
முறிவதை நான் பார்த்திருக்கிறேன்
அந்த மரத்தை வெட்டியவன்
அது ஓலமிடுவதாகச் சொல்லிக்கொண்டான்

மரத்தை வெட்டுவதைப்போல் எளிமையானதாயில்லை
அதன் வேர்களைத் தோண்டியெடுப்பது
அம்மரத்தைத் துண்டு செய்ய
நான்கு மனிதர்களும் இரண்டு அரமும்
நான்கு கோடரிகளும் ஐந்து வெட்டரிவாள்களும்
துணை நின்றன

அதை ஏற்றிச் சென்ற லாரி
ஆயிரம் டன் எடையுடைய
ஒரு மாபெரும் மரத்தைச்
சுமக்கிறோமென்ற பிரக்ஞையற்று போயிற்று

மரம் நின்றிருந்த இடத்தை
பள்ளம் மூடாமல் வைத்திருந்தனர்
ஒரு மழைக்கு நிரம்பிய அப்பள்ளம்
அடுத்தப் பருவ மழை வரும் வரைக்கும்
கால்நடைகளின் ஊருணியாயிருந்தது

வெட்டப்பட்ட அன்றுதிர்ந்த
எண்ணிக்கையற்ற இலைகளை
மரம் தன் மரணத்தின் சாட்சியாய்
விட்டுச் சென்றிருப்பதை யாரும் அறியவில்லை

கதவாக, சன்னலாக, மேசையாக
மரம் உருமாறி விட்டதாக
அதனைப் பங்கிட்டுக் கொண்டவர்கள்
நம்பிக்கொண்டிருந்தனர்

ஆனால், நான்
அதன் விதையொன்றைக் கண்டறிந்தேன்
ஒரு வனத்தின் ஆகிருதியோடு
என்னிலத்தில் அது வளர்கிறது
அசையும் அதன் சின்ன இலைகளில்
இப்போதும் கேட்பது போலுள்ளது ஓலம்.

நொதுமலர்க் கன்னி

நொதுமலர்ப் பெண்ணவள்
நன்செய்க் கரிசலான கதை அவளுடையதும்
அவள் நிலத்துடையதும்
மரமல்லி உதிரும் கரை இறக்கத்திலிருந்த
பன்னிரெண்டு வீச வயலுக்குள்
ஒரு செம்போத்தைப்போல் நின்றிருந்தாள்

ஈர வயல் இறங்கி நடவுக்குப் பாத்தி பிடித்த
வயதொத்த குமரிகளின்
பனை வெல்ல நிறம் அவளுக்கும்
தளும்பத் தளும்ப நீர்க் கட்டி
செழித்தப் பருவத்தில் இருந்த வயற்பரப்பில்
அவள் ஊன்றிச் சென்ற
ஒவ்வொரு கன்னி நாற்றிலும்
அவளது பேதைமையின் அதே சாயல்

நெற்கதிர் பால் கண்ட மாதத்தில்
அவளுக்கு நலுங்கு வைத்த முதுபெண்டிர்
அடுத்த உலர் பருவத்தில்
இக்கரிசலின் வெடிப்பிலிருந்து
இலைத் துளிர்க்கட்டுமென்று வாழ்த்தினர்

உறியிலிருந்து கருவாட்டுக் குழம்பைப்
பூனைகள் உருட்டும் இரவில்
உருமா அவிழ்ந்த கொழுநன்
களுங்கில் மீன் எகிறும்
பெருவெள்ளக் கனவில் அவளை ஆழ்த்தினான்

காடைகள் அண்டும் காரைச் செடிகளை
மறியாடுகள் மேயும் நிலத்தில்
அந்தக் கள்ளி மறைவில் தேன் கூடு வர
அத்தனைக் காலமாயிற்று.

(கபாடபுரம்)

முலைக்குதப்பும் சத்தம்

கம்மாயில் நீர் இறைப்பவர்கள்
பிடித்துக் கரையில் போட்டிருந்த
வெண்கெண்டை மீன்களைக்
கொத்திப் பறந்த நாரை
நீ களைப் பறித்த வயலின்
வரப்பில் அமர்ந்தபோது,
தலையுயர்த்திப் பார்த்தாய்

மடை மாற்றி நீர்ப் பாய்ச்ச
அதே வரப்பில் காத்திருந்த நான்
வாய்க்காலில் ஓடும் சிறு மீன்களென
உன் கண்களைச் சந்தித்தேன்

பச்சைப் பயிர்களுக்கிடையே
ஊடாடும் உன் கைகளில்
மரகதப் பச்சை வளையல்களின் சிணுங்கல்கள்
சலசலவென நீர்ப் பாயும் பாத்திகளில்
கெண்டைக்கால் வரை சகதியில் மூழ்க
களையெடுப்பில் முந்திப்போகிறாய்

உன் கை வளையல்கள் கசியவிடும் இசையில்
பொன்னியின் மகசூல் கூடும் என்பதை
கண்ணெட்டும் தூரம் வரை
பசேலென இருக்கும் நன்செய்க்கு
யாரும் சொல்லியிருக்க வாய்ப்பில்லை

அறுவடைக் காலத்தில்
நீ களை பறித்த வயலைப் பார்ப்பவர்கள்
குமைந்துபோய் நிற்பதை
வயலுக்கு உரிமையாளன்
என்னவென்று புரிந்துகொள்வானோ.

(ஆனந்த விகடன்)

இரை

இறந்த விலங்கின் சதையைப் பிய்த்து
தின்றுக் கொண்டிருந்தது கழுகு
எங்கோ காட்டில் கிடைத்த இரையை
இவ்வளவு தூரம் சமவெளிக்கு
எடுத்து வந்ததன் பின்னணியில்
உணவுக்கான மிகப்பெரிய போராட்டத்தை
அது சந்தித்திருக்கிறது என்பது புரிந்தது

அதன் கண்கள் நோட்டமிடும் அப் பரந்த வெளியில்
தாக்குதலுக்கு முன்பான
சைன்யத்தின் அமைதி நிலவியது
குன்றேறி வனமதிர கத்தும் காட்டாளன்போல்
அது குரல் கொடுத்த கணத்தில்
அந்நிலமெங்கும் அமானுஷ்யத்தால்
நிரம்பத் தொடங்கியது

ரத்த வாடையால் ஈர்க்கப்பட்டு
அப்பகுதியைச் சூழ்ந்திருந்த நாய்கள்
கழுகை அச்சப்படுத்தி விரட்ட எண்ணாமல்
மிகப் பொறுமையாகக் காத்திருந்தன
அபகரித்தலை விரும்பாத போக்கா
அல்லது, கழுகிடம் கொண்ட அச்சமா தெரியவில்லை

நின்று நிதானமாகத் தன் இரையைத்
தின்று முடித்த கழுகு
அவ்விடம் விட்டுச் சென்றபோது
நாய்கள் பாய்ந்து கவ்விய எலும்பு
மற்றுமொரு மிகப்பெரிய போராட்டத்துக்குக்
காரணமாக அமைந்தது.

எக்காளக் கூத்து

நிறைமாத சூல் நீ அப்போது
அன்று ஒரு சுரைக்குடுவை நிறைய
பச்சைக் குருதிக் குடித்து
காடதிரக் கத்தி உன்னை ஈன்றேன்
தொப்புள் கொடி சுற்றிக் கிடந்த
உன் உடல் நுகர்ந்து வளைத்த விலங்குகளை
இப்போது நீ வேட்டையாடத் துடிக்கிறாய்
என் கன்னங்கறு துடியனே!

வேட்டையாட உன் உடலில் தினவெடுக்கும்போது
முதலில் மிகச்சிறு விலங்கைக் கொல்
அதை உணவாக்கு, அதன் தோலுரி,
பாறையில் உலர்த்து,
கடுங்குளிருக்கு பாதம் உரியாமல் இருக்க காலுறையாகத் தரி,
குகையில் பதுங்கியிருஞ்
உன் எலும்புகளை சதை மூடும் வரைக்கும்
உன் கால் நரம்புகள்
காட்டுக் கொடிபோல் முதிரும் வரைக்கும்

அதற்குள்,
உன் நடு நரம்பில் இக்காட்டை
பிணைத்துக் கட்டிவிடுவேன் நான்
மூர்க்கமாக உறுமும் புலி
உன் கால் தடத்தை நுகர்ந்துவிட்டு
உன்னை நேருக்கு நேராய்ப் பார்க்கும் பார் ஒருநாள்,
அதுதான் வேட்டையின் தேர்ச்சி
அதற்குப் பிறகு,
இறுகியிருக்கும் உன் தொடைகளில் வைத்து
உன்னால் ஒரு வலிய மிருகத்தை
இரண்டாகப் பிளக்க முடியும்
எருமைக் கொம்பொடித்து
எக்காளக் கூத்தாடும்
வலிமை வேண்டுமல்லவா
என் செல்லத் துடியா
இப்போது சொல்வதைக் கேள்
நீ உன் அம்மையின் முலைக் குதப்பு.

மதினிகளின் தம்பட்டம்

சோட்டுப் பெண்டுகளோடு
நண்டுப் பிடிக்க வந்த முறைப்பெண்ணைத்
தூக்கிக்கொண்டு வந்தபோது
பனை வளத்தி இருந்தான் அவன்
ஆட்டுப் புழுக்கை மாதிரி இருந்தாள் அவள்

கொண்டு வந்தவள் ருதுவாகிப் பெண்ணாக
மூன்று வருடம் ஆனது
பெண் கேட்டு இல்லையென்ற மாமன்
ஊர் பஞ்சாயத்தைக் கூட்டி
மகளை அழைத்துச் சென்றுவிடுவான் என்று
நினைத்திருந்த போதெல்லாம் வராமல்,
சடங்குக்கு வந்து முறைப்படி
கட்டிக்கொடுத்துவிட்டுப் போனபோது
பருவமழைப் பெய்யத் தொடங்கியிருந்தது

நீர்ப்பிடித்தக் கழனிகளில் நண்டுகள்
வளை பறிக்கத் தொடங்கியிருந்தன
ஆளை முறுக்கேற்றிவிடும் நண்டுகள் பிடிக்க
மதினிமார்களோடு வயல் வேலைக்குச்
சென்று வந்த ஈர மாதத்தில்
அண்ணி உண்டாகியிருக்கிறாள் என்று
ஊரில் தம்பட்டம் அடித்தாள்கள் மதினிகள்

வண்டல் மண் நிறத்தில்
தன் முதல் குழந்தையைப் பெற்றபோது
அசலூரில் கூத்துக்கட்டப் போயிருந்த
வீட்டுக்காரனுக்குப் பிடிக்கும்
நண்டுக் குழம்பு ஞாபகம் வந்து கெலித்துக் கொண்டாள்

தன் வீட்டில் கசிந்த சீம்பால் வாசத்தைத்
தன் பாட்டில் பாடிச் சொல்லிவிட்டு
அவன் ஊர் வந்து சேர்ந்தபோது
மூணாம் சாமக்கோழி கூவி முடித்திருந்தது
பச்சை உடம்பின் வாசனை ஊரையே வளைத்திருந்தது

ஓடித்து வந்த சோளக்கதிரை
அனலில் வாட்டி கோம்பு ஊதித்
தின்றுக்கொண்டிருந்த ஆம்பளைக்கு
வாய்க்கு ருசியாய் ஆக்கிப்போட
எப்போது தேறும் தன் உடம்பென
கவலைக் கொண்டிருந்தவளுக்குத்
தோதாக அமைந்தது தென்மேற்குப் பருவமழை

வெள்ளக் காடானது ஊர்
அங்கெங்கும் தேங்கிய நீர்நிலையில்
வாய்ப்பிளந்து கிடந்த நத்தைகளை
அம்மியில் அரைத்த மசாலா சேர்த்துக் கொதிக்கவிட்டபோது
மதினிகள் மீண்டும் ஊரில் தம்பட்டம் அடித்தார்கள்

பிரத்யேக தெருவில் வசிப்பவள்

மஞ்சள் அலறி உதிர்ந்து கிடக்கும்
வாசலுடைத்து உன் சிறு குடில்
நான்கு வீடுகள் மட்டுமிருக்கும்
நீ வசிக்கும் அந்தக் குறுகிய தெருவில்
எப்போதும் பார்க்கமுடிகிற நாகனவாய் நான்

கீற்று வேய்ந்த உன் குளியலறையிருக்கும்
பின் தோட்டத்தில் தானாய் பூத்துப் பாரித்திருக்கும் செடிகள்
உப்புப் பூத்த உன் உடம்பின் நறுஞ்சுவை கொண்டவை

சோப்பு நுரைத் தேங்கி நொதித்திருக்கும்
பூவன் வாழை மரத்தடியில்
பனங்கள்ளில் உதிர்ந்து மிதக்கும் வண்டுகளென
உன் நிலத்து கருப்பு மண் கட்டிகள்
ஊறி குழைந்திருப்பதைப் பார்க்கிறேன்

லேசாய் கனிந்து வரும் பருவத்தில் தொடங்கும்
அப் பழத்தின் நிகரற்ற வாசனை
பருவம் தீர்ந்த பிறகும் நீடிக்கும் சாத்தியமுடையது
சுற்றி வேலியிட்ட மூங்கில் படலில்
ஈரத்தோடு நீ அவிழ்த்துப் போட்ட
புடைவையின் இறுக்கமான மடிப்புகள்
உன் இடுப்புச் சதையின் பிரதிகள்தான்
தட்டான்பூச்சிகள் வரிசை கட்டும் கொடிக் கயிற்றில்
முடிச்சிட்டுத் தொங்கும் ரிப்பனில்
நிலவு வழிந்த பின்னிரவில்
என் காமத்தைத் தாளமாட்டாது
படலில் கிடந்த உன் புடைவையை
எடுத்து சுருட்டிக்கொண்டு வீடு வந்த நான்,
அப்படியே இரண்டு கையாலும்
வாரியெடுத்து முகர்ந்தேன்
தேள் கடித்தது போலொரு வலியிருந்த உடம்பு
மெல்லத் தணிந்தடங்கியது அவ்விரவில்

முலைக்குதப்பும் சத்தம்

நாய் அமைதியாகப் படுத்திருந்தது
யாரும் வாழாத ஒரு தனித்த வெளியில்
எப்போதோ இங்கு வீடுகள் இருந்தன என்று
சொல்லக்கூட முடியாத இடமாக அது இருந்தது
உணவு, எலும்புத்துண்டு, இணைவிழைச்சு
எதன் பொருட்டும் அது அங்கே படுத்திருப்பதாய்
தோன்றவில்லை
கடந்து போகும் எதையும்
அது எழுந்தும் பார்க்கவில்லை
அதன் உடலில் விழுந்திருந்த காய்ந்த இலை
விலா துடிப்புக்கு நகர்ந்து கொண்டிருந்தது
நிலை தாழ்ந்த மனிதரின் தனிமை
எக்காலமும் வாட்டத்தோடு இருக்கும் அவர்களது முகம்
யாரும் தெரிந்து கொள்ள வாய்ப்பற்ற
அவர்தம் துயரம்
இத்தனையும் ஒரு நாயிடம்
ஒருவேளை அது நாயாக இல்லாமல்
கெட்டழிந்த குடியில் மிச்சமிருக்கும்
யாரோ ஒருவனின் நிழலாக இருக்குமோ
இருக்கலாம், யாருக்குத் தெரியும்!
நாளடைவில் கறுத்துப்போன
இரத்தக் கறை உறைந்திருந்த இடத்தில்
நாய்ப் படுத்திருப்பதைப் பார்க்கையில்
இழப்பினால் நேர்ந்ததாக இருக்கலாம்
அந்தச் சூழல்
லேசாய் அங்கிருக்கும் அமானுஷ்யத்தை உற்றறிந்தேன்
முலைக்குதப்பும் சத்தம் கேட்டது.

காலம்: கோடை
நிலச்சூழல்: கடும் வறட்சி

வலுவான வேறொரு விலங்கு துரத்த
அத்துவானத்தில் மாட்டிக்கொண்டது நாய்
கடுஞ்சமரில் தலையில் பட்டிருந்த விழுப்புண்ணை
நக்கிக் கொடுத்தபடி அது திரும்பிப் பார்த்தபோது
கண்ணெட்டிய தூரம் வரை
வெடித்த நிலத்தின் கானல் கொதித்துக் கொண்டிருந்தது

ஓடிக் களைப்புற்ற உடலின் விலா
தோய்ந்து துடித்துக் கொண்டிருந்தது
வெளித்தள்ளிய நாவின் நீர்மை வழிந்து
வேர் வரைப் பொசுங்கிய தரைபடர்த் தாவரம் ஒன்றிற்கு
உயிர் வந்து போயிருக்கும்

அவ்வளவு கொடிய வெப்பம் பாய்ந்து கிடக்கும்
அவ் வனாந்திரத்தில்
ஈரத்தோடிருந்த தன் நா மலரைக் கொண்டு
சிறிய மண் சிமிழ் போன்றிருந்த பாலுறுப்பை
அது ஈரப்படுத்திக் கொண்டபோது
வெய்யில் முன்னிலும் எழுச்சியுற்றது

இப்போது கோடைக்கு
நாயைப்போல் மூச்சிறைத்தது.

சிட்டுக் குருவிகளின் கண்கள்

எம் குடியின் தென்புலத்தார்
உறைந்திருப்பதாக நம்பும் நிலத்தில்
உழுது விதைப்பதற்கான மாதம் வந்தது
இப்பருவத்தைத் தப்பவிட்டோமெனில்
நிலத்தின் அழகும்,
தாய்ச்சமூகக் குணமும் போய்விடுமென்று
எற்படு பொழுதிலேயே
கலப்பையைச் சீர் செய்யத் தொடங்கியிருந்தோம்

நாளை விதைப்பு என்னும் மகிழ்வில்
படுத்தவுடன் உறக்கம் கூடியிருந்தது
விளைந்து தளும்பிச் சரியும் சாமரைக் கதிர்களில்
சோளம் எடுத்துச் சென்ற குருவியை
விரட்டும்போது விழித்துக் கொண்டோம்

புட்டியில் விதைப்பொருளை நிரப்பும்
எம் பெண்டிரின் வளையல் சத்தம்
அதிகாலையை மலரச் செய்தது
உருமா கட்டிய சம்சாரிகள்
தூக்கிச் சுமந்த ஏர் முனையிலிருந்து
எங்கள் பூர்வகுடியின் நிறமுடைய மண்
உதிர்ந்து தெறித்தது
மாட்டுக் கொம்புகளுக்கிடையே தெரிந்த
கீழ்வான நிலவைப் பார்த்துக்கொண்டே நடந்தோம்

தை உழவுக் கண்ட நிலத்திலிருந்து
வாசனையைக் கிளர்த்திக் கொண்டிருந்தது காற்று
அடர்ந்து மண்டியிருந்த வேலிகளில்
நீலம் பாவிய சங்குப் பூக்களுக்குப் பின்னே
நகைக் கடையைப்போல் திறந்தது கிழக்கு

பூட்டப்பட்ட ஏரை நிலத்தில் இறக்குவதற்கு முன்
விதை தானியங்களில் தெரிந்த
எம் குடியினரின் முகங்களைப் பார்த்துக்கொண்டோம்
குங்குமப் பொடிபோல் குழைந்து இளகிய
மண்ணில் விழுந்த தானியங்கள்
சிட்டுக் குருவிகளின் கண்களைப்போல் பிரகாசித்தன

எதிர் பார்த்தது மாதிரியே பொழிந்த
அடுத்த சில மழைக்குப் பிந்தி
நிலம் பச்சை கட்டியது
மிகச்சிறு துளிர்களால் காடு பூரித்திருந்ததை
மிகுந்த நம்பிக்கையோடு ரசித்தோம்
நிலம் எம்மைக் கைவிடவில்லை.

பூம்பட்டினப் பாடல்

பெருவணிகம் நடந்ததாகக் கூறப்படும்
கடற்கரைக் கிராமத்தின் சத்திரத்தில் அமர்ந்து
பாடிக் கொண்டிருக்கிறான் ஒருவன்
புயல் மையம் கொண்ட ஊரிலிருந்து
வெளியேற முடியாமல் தவித்தலையும் பறவையின் குரல்
எப்படியிருக்குமோ அப்படியிருக்கிறது அவன் குரல்

மணற் புயலுக்கு தப்பித்து வந்த நாயைப்போல்
சத்திரத்தின் குளிர்ந்த கற்களில்
உடல் குறுகிப் படுத்திருக்கும் அவன்
எதிரில் அலைமோதிக் கொண்டிருக்கும் கடலையே
அம்மா என்றழைத்தவாறு இருக்கிறான்

கரைக்கு மீண்டுவிட வேண்டும் என்கிற நடுக்கத்தில்
புயலால் மூடி மறைக்கப்பட்ட கடலிடம்
உதடுகள் நடுங்க இறைஞ்சும் மீனவன்
மிக நம்பிக்கையாகப் பற்றிக்கொள்ளும் துடுப்பைப்போல்
எதையோ அவன் கைகள் பற்றி மூடியிருந்தன
எச்சரிக்கப்பட்டதிலிருந்து கரையிலேயே
நின்றிருக்கும் விசைத்தறிப் படகுகளில்
கடைசியாக கடலுக்குச் சென்று வந்தபோது
தவறவிட்ட மீன்கள் உப்புக்கல்லாகியிருந்தன

அறிவிக்கப்பட்ட தேதிக்கு வலுவடைந்த புயல்
அந்தச் சத்திரத்தை உடைத்து எறிந்துவிட்டது
அவன் குரல் இப்போது கேட்பதில்லை.

முளைக்கட்டிய காமம்

கம்பி வேலியிட்ட தோட்டம் திமிறி
வெளியே படர்ந்திருந்த மல்லிச் செடியை ஒத்திருந்தது
உன் வளரிளம் அழகு
மேகத்தை மடைத் திருப்பி
உன் பதியத்தில் மட்டும்
தூறச் செய்துகொண்டிருந்தது பருவம்

நீ வசித்த அதே தெருவில்
கோடையில் பொசுங்கித் தீய்ந்த குமாரர்களில்
என் நிலைக் கவலைக்குரியதாயிருந்தது
நெடுங் கோடையைத் தணிக்கும்
ஒரு கார்ச் சூழலை
பூப்பெய்த நாளில் கொண்டு வந்தாய்

முளைக்கட்டிய என் காமத்தை
செழிக்கச் செய்ததுன் தேமல் பூத்த உடல்
எனக்கு நேர்ந்த அதற்குப் பிறகான இரவுகள்
பூத்து வதைக்கும் காட்டுப் பூக்களின்
வாசனைக்குரியதாய் மாறிற்று

கிழங்கு மஞ்சள் அரைத்துப் பூசி
ஆரஞ்சுப் பழத்தின் நிறம் பெற்றுக்கொண்டிருந்தாய்
குளித்து முடித்து எழுந்துபோகும் துறைப்பாட்டில்
நீ மஞ்சள் அரைத்தக் கல்லில்
ருசி பார்த்துணர்கிற உன் சுவையை
மெய்த்தொட்டுப் பயிலும் வாய்ப்புள்ளபோதும்
வழங்க வேண்டும் கணங்குழை மாதே.

மிக வலுவான கல்லறைக்காக செத்துக் கொண்டிருக்கிறோம்

எங்கள் நிலத்தைத் தோண்டியவர்களிடம் சொன்னோம்
உங்கள் தேவைக்கான சுண்ணாம்பு கற்களை
எடுத்துக் கொண்டு
எம் நிலத்துக்குரிய மண்ணை
நீங்கள் உருவாக்கும்
இந்தப் பள்ளங்களிலேயே கொட்டி விடுங்கள்
கொலைப் பட்டினிக் கிடப்பவனின்
வயிற்றைப்போல் உள்ளொடுங்கிக் கிடக்கும்
நிலத்தை எங்களால் பார்க்க முடியவில்லை என்று

அவர்கள் சொன்னார்கள்...
உங்கள் நிலம் ஓருகாலத்தில்
கடலாக இருந்ததாக அறிந்தோம்
அந்தக் கடலை மீண்டும்
உங்கள் நிலத்துக்குக் கொண்டுவரும்
ஆழ்துளைப் பாதையை உருவாக்குகிறோம்
விவாசயம் பொய்த்துப்போன நிலத்தார் நீவிர்இனி
நாவாய் செய்து நன்று பிழைக்கலாம் என்று

நாங்கள் என்ன செய்வதென்று
தெரியாதவர்களாக இருந்தோம்
எம் நிலத்தின் வறட்சியைக் காட்டி
இனி இதில் பச்சைக்கே வழியில்லை
பணம் தருகிறோம் பசியைப் போக்கிடும் வழி காணுங்கள்

உயிர் பிழைத்துக் கிடக்க வேண்டுமெனில்
இந்த மண்ணின் வெளித்தோற்றத்தை
வெறுத்து ஒதுக்குங்கள்
நிலத்தின் உள்பக்கத்தில் ஆயுதம் நுழைத்து
உம்மை ஏமாற்றும் மண்ணின்
குரல்வளையை அறுக்கிறோம் என்ற
நயவஞ்சகப் பேச்சினை நம்பினோம்

இப்போது
எங்கள் நிலத்தின் காற்றை, நீரை,
உணவுப் பயிரை, உயிரை
இழந்து நிற்கும் கையறு நிலை
இதயத்தைப் பிசைகிறது என்போர் ஆனோம்

முன்னோர் கொடுத்த ஏரை முறித்து
தண்ணீர் கொடுத்த மரத்தை முறித்து
உப்பிட்ட மண்ணின் உறவை முறித்து
நிலம் தேடி வந்த மழையை முறித்து
விதைத் தேடி வந்த வெயிலை முறித்து
பாவங்கள் அத்தனைக்கும் பாத்தியதை ஆனோம்

அவர்கள் சொன்னார்கள்
நீங்கள் இறந்துபட்டால் உமக்கு மிக வலுவான
காற்றால் மழையால் காலத்தால் அழிவு வராத
கல்லறைக் கிடைக்கும் என்று
நாங்கள் இப்போது அந்தக் கல்லறைக்காக
செத்துக் கொண்டிருக்கிறோம்.

பஞ்சத்தின் கதையாடல்

ஒரு பழைய வீடு இடிக்கப்பட்டது
நொறுக்கப்பட்ட சுவரிலிருந்து
தன் முட்டைகளை அப்படியே விட்டுவிட்டு
பல்லிகள் ஓடின
ஒரு வீடு பாழடைந்து கிடப்பதுபோல்
அச்சம் தரக்கூடிய ஒன்று ஊரில் இருக்க முடியாது
இருளில் அதன் அமானுஷ்யத் தன்மையைப் பார்ப்பவர்கள்
அதில் ஏதோவொன்றின் நடமாட்டம்
இருப்பதாகப் பேசிக்கொண்டார்கள்

காட்டுக் கிழங்கை அவித்துத் தின்ற நாளில்
வாயில் நுரைதள்ளி அக்குடும்பத்தார்
இறந்து போனதாகக் கதையிருக்கிறது
இப்போது உயிரோடிருப்பவர்களில் எவரும்
அக்கதைக்குரியவர்களைப் பார்த்ததில்லை

இந்த ஊரில் புதிதாகத் தென்பட்ட
நிலவளத்தை நுகர்ந்து பார்த்து
உயிர்விட்ட மூதாயொருத்திக்கு அக்கதை தெரிந்திருந்தது
அந்தப் பஞ்சகாலத்தைப் பற்றி சொல்லும்போதெல்லாம்
அவள் நடுக்கம் கொண்டவளாக இருப்பாள்

அவள் மட்டும் விழித்திருக்கும் நிசியில்
அந்த வீட்டிலிருந்து ஓர் உருவம்
எதையோ கொண்டு வந்து
அவள் முன் வைத்துவிட்டுப் போகும்
அப்படியான நாளின் விடியற்பொழுதில்
கண்களில் பொங்கிய ஊளையில்
ஈ மொய்க்க இறந்து கிடந்தவளின் அருகில்
அவிச்ச மொச்சைக் காய்கள் கிடந்தன
அவளோடு முடிந்துபோன அந்தக் கதையை
பிறகு யாரும் ஞாபகம் கொள்ளவில்லை

இப்போது இடிக்கப்படும்
அந்த வீட்டின் மண்ணிலிருந்து
அவிச்ச மொச்சைக்காய் வாசமடித்தது

தலைப்பகுதி சிதைந்த காட்டுச் சிறுதெய்வத்தைப்போல்
வரகு வைக்கோல் கலந்து பிசைந்து செய்யப்பட்ட
மண் பத்தாயமொன்று உள்ளேயிருந்தது
அதில் சில நெல்மணிகளோடு
வெதும்பிக் கிடந்தன மொச்சைக் காய்கள்.

கெடுமொழி சூழ்ந்த ஊர்

ஊர்க் கூட்டத்தைக் கூட்டிய மூப்பன்
பஞ்ச காலத்தை இனியும் பொறுத்தால்
இந்நிலத்தில் நம் ஆவிகள் மட்டுமே மிஞ்சும்,
இந்தக் கோடையை எப்பாடு பட்டாவது தணித்து
குலக்குறியின் பரிவைப் பெறவேண்டும்,
பலிக்குரிய மூன்று உயிர்களை
உடனே நேர்ந்துவிட வேண்டும்,

கடம்பன் கொத்து பன்றியையும்
வேம்பன் கொத்து ஆட்டையும்
உலியன் கொத்து சேவலையும்
காமந்து பண்ணும் கடமையை ஏற்க வேண்டும்
என்று அறிவித்தான்

உருவமற்றதின் குரல் ஏதேனும் கேட்கிறதா என
அவன் காது விடைத்துக் கொண்டிருந்தது
அவலத்தின் துயர் அறியும் அணங்கின் ஆதரவென
எழுந்து பறந்தன பறவைகள்

அனல் வெளிச்சத்தில் அவை போகும்
திசையைக் கவனித்தவன்,
நமக்கான முகில் மேற்கில் திரண்டு கொண்டிருக்கிறது,
பூச்சியடித்த தானியங்களைத் தூத்தி
விதை மணிகள் எடுத்து வையுங்கள் என்றான்
பிறகு வந்த காலமும் இணக்கமாயில்லை
பிழைத்திருந்த விலங்குகளும்
இடம்பெயர்ந்து போய்விட்டன
பறவைகள் எங்கோ வெகுதொலைவில்
சஞ்சாரிப்பது கேட்டது
சிலிர்த்து எழும் ஒரு புல்லையும் காணமாட்டாது
பால்மடி சுருங்கிய மாடுகள் மாண்டுபட்டன

பட்டுப்போன மரங்களின் மத்தியில்
நின்றிருந்த அணங்கின் இறந்த உடலை
ஓர் கொடிய நாளில் எரித்து
அதனுள் புகுந்தனர்
கெடுமொழி தூழ்ந்த அந்நிலத்தவர்.

அப்பாவின் நகம்

சதையைத் தீண்டிவிடுமோ என்ற பயத்தில்
நகத்தை வெட்டாமல் வைத்திருந்தார் அப்பா
பிளேடைக் கெட்டியாகப் பிடிக்க வாய்ப்பற்ற
அவரது நடுங்கும் கைகளில்
அழுக்கேறி சொத்தையாகியிருந்த
நகங்கள் ஒன்றில்கூட ரத்த ஓட்டமில்லை
அவைகள் உலர்ந்த
பாகல் விதைகளைப் போன்றிருந்தன

காய்ப்பேறியிருந்த கைப்பற்றி
விரல் பிடித்தபோது
மலுக்கென்று உடைந்த நெட்டியை
அவரது விரலின் விழிப்பென நினைத்தேன்
என்னவோ எனக்கவர் மகனைப்போல் மாறியிருந்தார்

ஒவ்வொரு விரலாக நான் வெட்டிய
அக் கறுப்பு நகத் துணுக்குகள்
எங்களுக்கிடையே பூரணம் பூத்த பதர் நெல்லென
விழுந்துக் கிடந்தன

கண்களைக் கையாள்வதைப்போல்
கவனம் கொண்டிருந்தபோதும்
மோதிர விரலின் வரம்பில்
ரத்தம் தெரிய தீண்டிவிட்டேன்
எனக்கு நேர்ந்த பதட்டம் அப்பாவிடம் இல்லை
தனது வெட்டப்பட்ட நகத் துணுக்குகளைச் சேகரித்து
தூரத்தில் எறிந்துவிட்டு வந்தார்

அப்பாவின் நகத்தில் நுழைந்து
நகத்தோடு நகமாக வளர்ந்திருந்த மண்ணில்
ஒரு விதை முளைக் கட்டியிருந்தது.

தழுவு கொடி

எட்டுக்கட்டு வீடு அது
பெரிய வாழ்க்கை வாழ்ந்தவர்கள் அதில் இருந்தனர்
இதோ ஓர் உயிர் நசிந்த நாய் எழுந்து போகும்
கல் பெயராத திண்ணை
எத்தனையோ வழிப்போக்கர்களை
இளைப்பாற வைத்திருக்கும்!

நொறுங்கி உள்வாங்கியிருக்கும் கூரையிலிருந்து
சரிந்து விழுந்திருக்கும் நாட்டு ஓடுகள்
கெட்டழிந்த அக்குடியின்
இதயங்களை ஒத்திருக்கின்றன என்பர்

உள் நுழையும் வாசலில் கிடக்கும் நெடுங்கல்லில்
இப்போதுமிருக்கும் அவ்வீட்டாரின் நீர்மைப் பாய்ந்து
வெளிமுற்றத்தில் பந்தாலித்து நிற்கிறதே அவரை,
அதன் பசேலென்ற தன்மை
அவ்வீட்டின் ஏதோவொரு பெண்ணின்
சாயலும் குணமும் வாழ்வும் கொண்டது

ஒரு மரக்கொம்பைப் பற்றிப் படர்ந்திருக்கும்
இச்செடியைப்போல் அப்பெண்
யாரையோ குடிக்குப் பொருந்தாத ஒருவனைத்
தழுவிக்கொண்ட போதுதான்
இவ்வீட்டின் நடுத்தூண் முறிந்திருக்க வேண்டும்

இவ்வீட்டின் பாழ் பற்றி
ஊரில் பேசப்படும் கதையில் அப்பெண் இருக்கிறாள்
யாரோ இக்கதையறிந்தவர்,
நொடிந்த அக்குடும்பத்தின் குருதி உறவினர்,
மரக்கொம்பைப் பற்றியிருக்கும் தழுவு கொடியை
இப்போதும் அறுத்து விட்டபடியே இருக்கின்றனர்

ஆயினும் அத் தழுவுகொடி
ஈரத்திற்கு வேர்ப்பிடித்துக் கொள்கிறது.

வாழ்வை சாத்தியப்படுத்திய மண்புழு

மரக்கன்று நடுவதற்குத் தோண்டிய நிலத்தில்
மண்புழுவைக் கண்டபோது
அந்தக் கறுப்பு மண்ணின் மீது
இன்னும் கொஞ்ச காலம்
வாழ்ந்துவிடலாம் எனத் தோன்றியது

மழைக்குப் பிந்திய ஈரத்தில்
வாசனை ஊறியிருந்தது மண்
அள்ளி நுகர்ந்து வாயூறிப்போகும்
என் தந்தையின் நகக்கண்ணில் ஒட்டிக்கொண்டு,
பிசைந்து வாயூட்டும் பழைய சோற்றினூடே
என் குருதியில் நிறைந்த
இந்த மண்ணை விட்டுவிட்டுத்தான்
போகலாமென முடிவெடுத்திருந்தேன்

உயிர்த்திருக்கும் சாத்தியங்களை
இந்த நிலத்திடம் எதிர்ப்பார்க்காதே,
காற்றில் ஈரமிருக்கும் ஊராய் பார்த்து பிழைத்துக்கொள்,
எல்லையில் நிற்கும் நம் மூதாதையர்களையும்
முடிந்தால் காப்பாற்றி எடுத்துச்செல்,
நீயும் இங்கு விரயமான உரமாகிவிடாதே
என்பன போன்ற சொப்பனங்கள்
என் போக்கிடமற்ற துயரத்தை அதிகரித்தன

ஒரு செடியின் பிஞ்சு வேர்களுக்காக
தன்னை மலர்த்திக் காட்டிய மண்ணில்
ஒரு சிறு மரத்தின் சல்லி வேரென
நான் கண்ட இந்த மண்புழு
மீண்டும் ஒரு குடில் கட்டும்
நிமித்தத்திற்கு வாய்ப்பு தந்திருக்கிறது

மீன் விளைந்த ஏரியில்
தூண்டிலில் இரையெனச் செலுத்தினால்
சதைப் பிடித்த நான்கைந்து கெண்டைகளைப்
பிடித்துவிடக்கூடிய ஊட்டத்தோடிருந்த
அந்தக் கருஞ்சிவப்பு மண்புழுவைக் கண்டதிலிருந்து
அவித்தக் கடலையின் வாசனையைக் கொண்ட
இந்தக் கறுப்பு மண்ணில்
இன்னும் ஒரு தலைமுறைக்கு
வாழ்ந்துவிடலாமென்று தோன்றுகிறது.

நீர் மருதம்

யானையை வாரிச்சென்றதாகக் கதை கொண்ட
எங்கள் ஊர் ஓடையில்
மரங்கள் மிதக்கும் பெருவெள்ளம் வந்தது
இவ்வோடையை வடிவமைத்த காட்டின் மரங்கள் அவை
தொலைவில் எங்கோ ஒரு சமவெளியில்
ஓர் உயிர்ச்சூழல் மண்டலம் இருக்கிறதென
ஊரின் வயதேறிய மூப்பன் சொன்னான்

அன்றிரவு அவன் சொன்ன
தொடர்ப் பண்பாட்டுக் கதையிலிருந்து
மணல் பழுப்பு நிற மரை ஒன்று
வெளியே வந்து காது விடைக்கப் பார்த்துவிட்டு
ஓடி மறைந்துவிட்டது
இரவில் தூங்காமல் இருந்தவர்கள்
ஓடை வெள்ளத்தின் ஓசை
ஓர் இரலையின் குரல் போலவே இருந்ததாகக் கூறினர்

நீர்மருத மரத்தின் தடித்தக் கிளையொன்று
இரை விழுங்கிய மலைப் பாம்பைப்போல்
வெள்ளத்தில் மிதந்து போவதாகக் கூறி,
அதைப் பிடித்துக்கொண்டு
அடுத்த கரைப் போகப்போவதாக சொன்னான் ஒருவன்

சூழலின் ஈரம் இன்னும் அதிகரிக்கும்
என்பதன் அறிகுறியாக
மழை நின்றிருந்த தற்காலிகப் பொழுதிலும்
ஓயாமல் கத்திக்கொண்டிருந்தன தவளைகள்
தாழ்வாரத்தில் ஒண்டியிருந்த நாயொன்று
காம்புகளைக் குதப்பிக் கொண்டிருந்த சிறு குட்டிகளை
உதறிக்கொண்டு எழுந்தோடியது
ஊறிக் கரைந்திருந்த சுவர்களில்
இணை சேர்ந்து கொண்டிருந்த மரவட்டைகள்
நெடுநேரம் துய்க்கும் காமத்தைப் பற்றி
சுவர்களில் வரைந்து கொண்டிருந்தன

நீர் குதித்தேற்பட்ட மதகின் பள்ளத்தில்
தேங்கியிருந்த நண்டுகளைப் பிடித்து அரைத்து
குழம்பு வைத்திருந்த குடில்களிலிருந்து
ஆகாயத்துக்கு ஏறிக்கொண்டிருந்தது புகை

இப்படியான ஈரக் கதைகளைப்
பாதுகாத்து வைத்திருக்கும் ஊரன் நான்
ஏருழும் பெருங்குடியோன்
நெல்லரி பறை எம் இசைக் கருவி.

காட்டின் ஒளிப்படம்

மிக உச்சியில் மிதந்து வனத்தைப் பார்க்கிறது கழுகு
உயிர் நீத்த விலங்கொன்றின்
வெளிர் சிவப்பு நிற மாமிசம் கண்டு
அதன் றெக்கைகள் குவிகின்றன
விலா ஓடுங்கிய ஓநாயின் வாயில் நிணம் கசிந்து
காட்டில் ஒரு குரூரம் தென்படுகிறது

வேட்டுவனின் பிச்சுவா கத்தியைப்போல்
அக்காட்டுக்குள் புகுந்து
மாமிசத்தின் அருகில் அமர்ந்தபோது
இரையைப் பங்கிட மனமற்ற ஓநாய்
கூரிய பற்களை வெளிக்காட்டி அச்சுறுத்தியது

எதிரியைத் துச்சமாகப் பார்க்கும்
சைன்யத்தில் நிற்கும் போர் வீரனைப்போல்
நின்றிருந்தது கழுகு
அச்சத்தில் இருக்கும் கானுயிர்களின் சத்தம்
கேட்கத் தொடங்கியது
பறவைகள் உதிர்த்த இறகுகள்
மரங்களிடையே மிதந்தலைந்தன

இரண்டு பிணந்தின்னிகளும் எதிரெதிரே நின்று
வெறித்துக் கொண்டிருந்தன
இறந்த விலங்கின் கண்கள்
காட்டில் பொருத்திய
ரகசிய ஒளிப்படக் கருவியைப்போல் அசைவற்றிருந்தன
வாயில் கவ்விய சதையோடு
ஓநாய் பின் வாங்கியபோது
அந்த மாபெரும் காட்டைக்
கழுத்தை வளைத்து நோட்டமிட்டது கழுகு

மொத்தக் காடும் வசம் வந்த பிறகு
அது கொத்திப் பிடுங்கிய கண்ணிலிருந்தது
பல்லுயிர்த் திரியும் காட்டின் ஒளிப்படம்.

நலமறியும் கடிதம்

நெல் விளைந்த நிலத்தின் ஒரு சிறுபகுதியை
என் பெயருக்கு எழுதிய மறுநாள்
கம்பி வேலியிட்டு அடைத்துப் பூட்டினேன்
இனியொரு நெல்மணிக்கு வாய்ப்பில்லை என்கிற
உண்மையறியாத அச்சிறு பூமி
தன்னைக் கடக்கும் சிட்டுக்களுக்கு
அழைப்புக் கொடுத்தது

பச்சைப் பேருயிர்கள் அழிக்கப்பட்ட நிலத்துண்டை
அச்சத்தோடு விலகிய குருவிக் கூட்டம்
வனத்திற்குச் சென்று,
'நமக்குக் கிடைத்து வந்த தானியங்கள்
இனி கணிசமாகக் குறையும்,
நாம் நம் உயிர் பிழைக்கும் பிராந்தியங்களை
மெல்ல இழந்து வருகிறோம்' என்றறிவித்தன

அன்று இரவில் நெடுநேரம் வனத்திலிருந்து
துயரார்ந்த பாடல் கேட்டபடியே இருந்தது
அதில் மாபெரும் இழப்பின் வலியை உணரமுடிந்தது
அது நிலத்தின் பாடலாகவும் இருக்கலாம்

வெறும் கற்களால் அச்சிறு பூமியை
நிரப்பிவிடக் கூடாதென்று மனம் கூறிற்று

அடுத்தநாள் முதல் வேலையாக
அந்நிலம் மகிழுமளவுக்கு மரக்கன்றுகள் நட்டு
அதன் வலியில் கொஞ்சம் குறைத்தேன்

பாத்தி வழியாக ஓடும் நீரினால்
எல்லா மரக்கன்றுகளும் இணைந்து
பறவைகளுக்கு எழுதின நலமறியும் கடிதம்.

நிலத்தின் விடத்தை முறிப்பவன்

வீசத்துக்கு நான்கு மூட்டை நெல்
கொடுத்த வயல்களையெல்லாம்
பருத்திக் காடாக்கியவர்கள் வாழும் ஊரில்
நிலத்தில் தழைகளை ஊறவைத்து
மண்புழுச் செய்பவன் அவன்

அவனைத் தற்குறி என்றனர்
பிழைக்க லாயக்கற்றவன் என்றனர்
நிலத்தின் பிசுபிசுக்கான மண்ணை நம்பும்
பரிதாபத்துக்குரியவன் என்றனர்
பணத்தின் வாசனையறியாத
அவிந்த நாசிக்குரியவன் என்றனர்
இக் கருங்காட்டு மண்ணை நுகர்ந்து திளைக்கும்
வெறும்பயல் என்றனர்

காது கேளாதவன் போல் வாழப் பழகிவிட்டான் அவன்
இப்படியெல்லாம் குறை கூறுமளவுக்கு
அவன் செய்தது என்ன?
ஒன்றா இரண்டா....

கடந்த அற்புத பருவத்தில்
ஊரே ஓருதானிய விதைப்புக்கு மாறியபோது
எப்போதும்போல் தன் காட்டைச்
சிட்டுக்கென விதைத்து விட்டான்
நெற்கதிர் மறந்த சிட்டுக்களை ஊருக்குள் வரவழைத்து
துரோகங்களை நினைவுபடுத்துகிறான்
பாம்பைக் கொத்தவிட்டு
உச்சநிலை அடையும் பித்தனைப்போல்
உரத்தைக் கொட்டிக் கொட்டி
மயக்கி வைத்திருந்த நிலத்தின் விஷத்தை
மண்புழுக்களை விட்டு முறிக்கச் சொல்கிறான்

வரப்பு மீது கொக்குக்கும் வரத்து நீரில் மீனுக்கும்
வனப்புக் கூடும் என்கிறான்
கொலுசைக் கழட்டினாலும் வளையல் கழட்டாமல்
நடவில் இறங்கும் அரிவையரும் தெரிவையரும்
மகசூல் கூட்டும் மகராசிகள் என்கிறான்

பெண்களின் கொசுவங்கள் மீண்டும் இடுப்புக்கு ஏறினால்
இல்லறத்தின் ஆதி மணம் கமகமத்து
ஆடவரின் மலட்டைக் காட்சிப்படுத்துமே
என்ன செய்வோம் என்று அஞ்சியவர்கள்
முடிவு செய்தார்கள்ஞ்

இவனை இப்படியே விட்டால்
சிட்டுக்களைப் போல் மீண்டு வரும் காட்டுயிர்கள்
எமைக் குற்றப் பரம்பரையென
குற்ற உணர்வுக்கு ஆளாக்கும்

ஆகையால் அவனைக் கொன்றுவிடலாம்
அடுத்து வரும் தலைமுறைக்கு
அவன் சிறுதெய்வமாகட்டும்!

பனையோலை போல்
ஆடும் நெஞ்சுக்கூடு

ஆந்தையின் குரல் பின் தொடரும்
நள்ளென்ற யாமத்தில்
நிசப்தமான நீர்ப்பரப்பில் நிழலாடும்
வனம் ஒன்றைக் கடந்து வந்தேன்
எதிர்ப்பட்ட காட்டுக் கோயிலை நெருங்கும்போது
குருதி வீச்சம் நாசியைத் துளைத்தது
பன்றியின் பொசுங்கிய மயிர் நாற்றம்
உடலைச் சிலிர்க்க வைத்தது

இரண்டு மஞ்சள் நிறக் கண்கள்
இருட்டுக்குள்ளிருந்து என்னைப் பார்த்தபடியிருந்தன
காட்டின் அடர்த்திக்குள்ளிருந்து கேட்ட ஓநாயின் குரலில்
பசியும் காமமும் சேர்ந்து வெளிப்பட்டது

இருட்டில் அதன் கண்கள் மறைவதைப் பார்க்க
தீப்பந்தத்தோடு யாரோ நதியில்
இறங்குவது போலிருந்தது

பிற பகுதியிலிருந்து வலசை வந்த
பறவைகள் கூட்டமொன்று மரங்களில் அமர்ந்தபோது
இறகுகள் இறங்குவதுபோல் சத்தம் இல்லாமல் இருந்தது
ஆகாயத்தில் உடுக்களின் ஒளி கூடியிருந்தது

ஊருக்குள் ஓடிய ஒத்தையடிப் பாதையில்
நடக்கத் தொடங்கியபோது
காட்டு மல்லியின் வாசம் திணறடித்தது
சமவெளிக்கு நான் வந்துவிட்டிருந்தேன்
பனையோலையில் ஆடும் கூடுபோல் நெஞ்சுக்கூடு ஆடியது

வீடுகள் தூரத்தில் தெரிந்தபோது
காட்டில் கேட்ட அந்த ஓநாயின் குரல்
திரும்பவும் கேட்டது
என் கண்களின் பாவைகளை
யாரேனும் பார்க்கக்கூடுமோவென அஞ்சினேன்

ஊரின் நெடிய உறக்கம் கலைய
இன்னும் நேரமிருப்பதை
சாமக் கோழியின் கூவல் உணர்த்திற்று
குறிப்பொலி கொடுத்துவிட்டு
மரம் உதிர்த்துக் கொண்டிருந்த
இலைகளின் சப்தத்துள் கூர்ந்திருந்தேன்

சீயக்காய்த்தூளின் வாசம்
மெல்ல அவ்விரவில் பரவியது
என்னிடம் இரண்டு குளிர்ந்த கண்கள் வந்து கொண்டிருந்தன.

உறங்காத தண்டவாளங்கள்

தூக்கம் வரவில்லை என்பதாக ஒரு பொய் சொல்கிறேன்
உண்மையில் யார் கதறலும் கேட்காத
கடைசி உறக்கமாகிய மரணம்போல்
ஒரு தூக்கம் வேண்டுகிறேன்
ஆனால், இவ்விரவு எனக்கு அன்பளித்திருப்பது
ஆகாயம் முழுக்க நிரம்பியிருக்கும் மேகங்களுக்கு
என்னைப் பார்வையாளன் ஆக்கியிருப்பது

பனிப்பாறைகள் நடுவே வேட்டைக்குத் தப்பிய சருகுமான்
நடுங்கி நிற்பதைப்போல் நிலா நிற்பதை
மனம் உருக்குலைய சந்திக்கிறேன்
சப்தமிடாமல் உதிரப் பழகிய இலைகள்போல்
மெல்ல இதயத்தை விட்டு வெளியேறக்கூடிய
கண்ணீர் பிரியத்துக்குரியதாய் இருக்கிறது

எங்கேயோ மரங்கள் அசைந்து
குளிர்ந்த காற்று என்னைக் கடந்தபோது
ஏற்கெனவே கலைந்து போயிருந்த
மேகங்களைத் தேடினேன்

உப்பளத்தைப்போல் மாறியிருந்த வானில்,
உறவென்று யாருமில்லாத மீனவன்
வலையோடு செல்வது எத்தனை சோகமோ
அத்தனை சோகமிருந்து நெஞ்சை அழுத்தியது

பின்னிரவுக்குப் பிறகு ஒரு பறவை
எங்கோ சென்றுவிட்டு திரும்பும்போது
அருகிலிருக்கும் ரயில்பாதை வரைக்கும் செல்கிறேன்
சில நிமிட நேரங்களுக்கு ஒருமுறை
ரயில்கள் போய்க்கொண்டிருப்பது
என் எண்ண ஓட்டத்தைப் பிரதிபலிப்பதுபோல் உள்ளது

பிரிந்து கிடக்கும் தண்டவாளங்களைப்
பார்த்தபடியே நிற்கிறேன்
அதில் ஒருபக்கம் இருப்பது நானென்று உணர்கிறேன்
கடந்துபோன ரயிலின் அதிர்வோடு
அது முடிவற்ற பாதையில் போய்க்கொண்டிருந்தது.

மத்தியானக் களையெடுப்பு முடிந்து வருபவள்

குளம்படிகள் பதிந்த செங்காட்டில்
மந்தாரித்து வந்த ஆகாயத்தின்
தூறல் விழுவதைக் கண்ட இடையன்
தன் ஆடுகளைப் பத்திக்கொண்டு
போகத் தொடங்கிய முன்னந்தியில்
மத்தியானக் களையெடுப்பு முடிந்து
பெண்டுகளுடன் வீட்டுக்குத்
திரும்பிக் கொண்டிருந்தாய் நீ

இருண்டு அடர்ந்திருந்த
வடமேற்குத் திக்கைப் பார்த்து
வலுத்த மழை நெருங்கி வருவதாகச் சொன்ன
ரவிக்கை அணியாத மூப்பியிடம்
தோழிமாரோடு சீண்டிச் சிரித்தாய்

இளந்தாரி பெண்டுகளின் மதர்த்த யௌவனத்தைத்
தூண்டிச் சிலிர்க்க வைக்கும் பெருமழை
பருத்தி முளைகட்டிய கண்ணெட்டிய நிலமெங்கும்
வீசிய மீன்வலை போல் படரத் தொடங்கியது

தலைக்கு மேல் முந்தானையைப் பிடித்தோடிய நீ
ஒண்டிய மரத்தில் ஏகாந்தப் பேரிரைச்சல்
தொப்பலாக நனைந்த புடைவையை
அவிழ்த்துப் பிழிந்து முகம் துடைத்தாய்
ஈரத்தில் ஊறிய உன் கண்களில்
நீ நின்றிருந்த காடு தளும்பித் தெரிந்தது
திரும்பவும் தூறலாக மழை மாறியபோது
நனைந்திருந்த பின்புறத்திலிருந்து
நீர் சொட்டச் சொட்ட
ஊர் நோக்கிச் சென்றவளே நீயறிவாயா?

அடுத்து வரும் இரவுப்பொழுதில்
தவளைகள் கத்திக் கத்தி
அழைத்துவரும் மறு மழையை
நானெப்படி தாங்கப்போகிறேனோ!
நாட்டுக்கோழி முட்டை

அரிசியெனில் வரகரிசி என்றிருந்த நாளில்,
தானியங்களை முதிரச் செய்யும் வெய்யில் பொழுதில்,
சிட்டுப் பறக்கும் நிலத்தில் கண்டேன்
புனம் காக்கும் பெண்ணை
சிட்டோட்ட அவள் பாவித்த குரல்
பூர்வகுடியின் சாயல் கொண்டிருந்தது

சிட்டுக்களை அவள் ஓட்டவில்லை,
விளையாட்டுக் காட்டுகிறாள் என்பதை
அறிந்ததும் அவளிடம் கூடிய காமம்
ஒரு சிறுதானியம் அளவுக்கு சிறியது, ஆயினும் வலியது

தன் பாகத்திற்குரிய தானியங்கள் காண்பதும்
தட்டைகளை அசைத்து நிலத்திடம் அதைப் பகிர்வதும்
கதிர்களின் உயிர்த்துவம் காத்து
விளைச்சல் காணுதல் மன்னுயிர் பயனென்று
உணர்த்துவதும் குருவிகள்தான் என்றாள் அவள்

விளைவித்தல் பயன் உண்ணத்தான் என்பதால்
சிட்டுக்கள் பங்கு போக மீந்தது
முற்றத்தில் காயும்தானே என்றேன்

ஆமாம், என் குடில் முன் வந்து
காயக் காய மாறிக்கொண்டேயிருக்கும் சிறுதானியங்களின்
நிறங்களில் மயங்கி அகலாதிருப்பது உன் வீட்டு
நாட்டுக்கோழிகளா என்றாள்

ஆமாம், அதை விரட்டும்
கை வளையல் சத்தம் உன்னுடையதா
பெட்டைப் பிடித்து முட்டை சோதித்தாயா? என்றேன்
ஆமாம், கொண்டவன் பிரிவில் கொடிபோல் வதங்கி
மடிவதும் பிழைப்பதுமாய் இருக்கும் மதினி ஒருத்திக்கு
மார்ப் பசலைப் போக ஓர் வைத்தியத்திற்காய் என்றாள்

அன்றிரவு அவள் வீட்டுப்
பஞ்சாரத்தில் அடைத்தேன்
கன்னிப் பெட்டைகள் ரெண்டு.

ஒவ்வொரு நெல்லிலும் ஒரு பெயர் எழுதப்பட்டிருக்கிறது

அறுவடையின்போது உதிரும்
நெற்கதிர்களை நாங்கள் திரட்டும்போது
எங்களுடன் வயல்களெங்கும் நிறைந்திருக்கும் சிட்டுக்கள்
பச்சைப் புற்களுக்கு இடையே நரிப்பயித்தம் கொடிகள்
வளர்ந்திருக்கும் வரப்புகளில்
புட்டத்தை ஆட்டிக் கும்மாளமிடும் அதன் நடத்தைகள்
அப்பருவத்திற்கான அமோகச் செழிப்பின் அடையாளம்

களத்திற்கு கதிர்க்கட்டுகளைச் சுமக்கும்
பெண்டுகளின் சாயம்போன ரவிக்கைகளில்
மத்தியான வெய்யில் வரையும் உப்புக் கோடுகள்
வெண்ணிற நெற்கதிரைப் போலிருக்கும்

சேகரித்த கதிர்களைக் கொத்தாகப் பிடிக்கையில்
புறங்கையில் விழுந்துச் சரியும் நெல்மணிகள்
தழைச்சத்தில் பெற்ற ஊட்டத்துடன் இருந்தன
அறுப்பரிவாளின் பல்தடமிருக்கும் அடிக்கட்டைகளை
மிதித்துக் கொண்டு நடப்பது அலாதி

அந்திச் சாய்ந்து, வயலின் தங்கம் போன்ற நிறம்
குறையத் தொடங்கும்போது
மடி நிறைந்த கதிர்களோடு வீட்டுக்கு வருவோம்
கைகளால் நிருடி அளந்து பார்ப்பாள் அம்மா
ஓர் ஆளின்,
ஒருநாள் அறுப்புக் கூலியளவு நெல் அதிலிருக்கும்.

காவற்காடு

வாசனையை வைத்தே
தன் வேட்டைக்கான உயிரை நெருங்கும்
விலங்கின் கண்கள்
காட்டை சாவகாசமாகப் பார்த்தன
காட்டுக்குப் பிரத்யேகமான மர்மம் வாய்த்திருந்தது

இரையைத் தவறவிடாத நிதானம் கூடியிருந்த
அவ்விலங்கின் கால்கள்
எக்கணத்திலும் விசையுறும் வலிமையைப் பெற்றிருந்தன
இரைமேல் பாய்வதற்கு முன்
மண்ணில் ஆழ அழுந்தும்
பின்னங்கால் பாதங்களின் சுவடுகள்
உண்மையில் எத்தனை மிருதுவானவையாக இருக்கின்றன

வேட்டையாடப்போகும் உயிரின் ருசியை
முன்பே உணர்ந்ததைப்போல்
நாவினைச் சுவைத்துக் கொண்டது அது

அடுத்து வரும் கோடையை எதிர்கொள்ள
உடலுக்குத் தேவையான
கொழுப்பைச் சேகரிக்கும் மான்கள்
தாம் சார்ந்திருக்கும் புல்வெளியில்
தீவிரம் கொண்டிருந்தன
இளவேனிற் காலத்தின் அன்பளிப்பாக
பேருயிர்ப் பெருக்கம் நிகழ்ந்து பசேலென்றிருந்தது காடு
ஓரு சருகு மானின் மிடறில் நிலைத்தன
இரண்டு மஞ்சள் கண்கள்

அது ஓரு கணம்தான்,
குருதி தெறித்த தாவரங்கள்
தீப்பட்டதைப்போல் கருத்தன
துடித்தடங்கிய உடலைப் புதருக்குள் கொண்டுசென்று
திரும்பி வந்த அதற்கு
அப்போது தேவையாக இருந்தது
இரத்தச் சூட்டினைத் தணிக்கும் நீர்நிலை

நாவிலிருந்து நீரில் இறங்கும் செந்நிறத்தைப்
பார்த்தபடியே நீரருந்தும் அதன் சுபாவத்தில்
ஓரு சாதுவின் குணமிருந்தது
மாமிசம் உண்ணப்பட்ட பிறகேற்படும் வேட்கையை
நீர்த்தளத்தில் இறங்கித் தீர்த்த விலங்கை
காடு தன் மடியில் கிடத்தி உறங்க வைத்தது.
பேசும் புதிய சக்தி

கோடையைக் குடித்த விதை

அயல் தாவரங்கள் வேரறுக்கப்பட்ட
எம் நிலத்தில் விளைந்தது இத்தானியங்களென்று
கடை வீதியில் கூவி விற்றுக் கொண்டிருந்தான் ஒரு வணிகன்

உலகத்தின் மொத்த மக்கள் தொகையைக் காட்டிலும்
அதிகமான பல்லுயிர்க் கூட்டங்கள் வசிக்கும் காணி நிலம்
ஒருகாலத்தில் அவனுடையதாக இருந்தது
அந்நிலத்தின் இலைச்சுருட்டுப் புழுக்களின்
உயிர் வாழும் ஆற்றல் வியப்புக்குரியது
பச்சையம் உண்ணும் அப்புழுக்களின் திடக்குருதியில்
ஈரப்பருவத்து மண்வாசனை கமகமத்தது
அந்நிலம் முழுக்க உணவுச் சங்கிலி
வலுவாகப் பிணைக்கப்பட்டிருந்தது

அந்த வணிகன் விற்பனைக்கு வைத்திருந்த தானியங்களில்
ஒரு முழு கோடையைக் குடித்து வளர்ந்ததன்
இறுகல் தன்மை கூடியிருந்தது
ஒரு கல்லில் உறைந்திருக்கும் குளிர்ச்சி
அத்தானியங்களைக் கையில் அள்ளியதும் கூடியது

பாறையிடுக்கில் தேங்கிக் கிடக்கும் நீரின் ஊட்டத்தில்
தன் செழிப்பை வைத்திருக்கும் கொடித்தாவரத்தைப்போல்
நாளம் புடைத்த அக்குடியானவனின் கையிலிருந்து
தானியங்களை வாங்கிச் சென்றவர்கள்
உண்டது போக மீதத்தைச் சேமித்து வைத்தனர்

அடுத்து வந்த பருவ மழைக்குத்
தப்புச்செடிகள் வளர்ந்த தன் அண்டையைக்
கவனித்த பெருங்குடி மக்கள்
தமது வேளாண் தெய்வத்தை வணங்கினர்.

செந்தூரா மாமரத்தின் மடந்தைப் பருவம்

செழித்திருந்தது செந்தூரா மா, பூவும் பிஞ்சுமாய்
குடிலின் முகப்பில் உதிர்ந்திருக்கும்
வெளிர் மஞ்சள் மலர்களைத்
தழுவிக் கிடந்தன எறும்புகள்
வாசல் மணக்கும் வீட்டிலிருந்து
கமழ்ந்து கொண்டிருந்த பேதை
அத் திங்களில் ஒருநாள் பூத்தாள்

புதுமணல் பரப்பிய பனையோலை
மறைவில் இடப்பட்டவள்
ஈரத்தில் ஊறிய அல்லிக்கிழங்கை
வேகவைத்து உறித்ததைப்போல்
நிறம் பெற்றிருந்தாள்
சூரியன் சுவைக்காத கனியின் நிறம்

மகரந்த கண்கள் மொய்த்து
மாவின் கனம் காய்களால் கூடிக்கொண்டிருந்தது
இலைகள் தளர்ந்து கீழே வளைந்தன
நன் நிமித்தம் பார்த்து நீராட்ட வந்த மகளிர்
அவள் கெண்டைக்காலில் மஞ்சள் தடவியபோது
பச்சையோலை மறைவில் அமோகச்
செழிப்படைந்திருந்தவளை
"பேர்இல் கிழத்தி ஆகுக"* என்று வாழ்த்தினர்

நிலத்தின் பெரும்பொழுதொன்றில்
வதுவை நயந்து தலைவன் வருவான் என
வாளைக்குமரிகள் சீண்டினர்
அதுவொரு களிப்புக் காலம்

குச்சுக்குள்ளிருந்து வெளியே வந்தபோது
உடன் உழைக்கும் உழத்திமாரோடு
களையெடுப்புத் தொடங்கியது
முதிரா காமத்தின் குருளைத் தினவுகள் யாவும்
குருகு அயர்ந்த வயல்களில் உப்பாய் இறைந்தன

சடங்குக்கு வந்த புதுச்சேலைகளின் சாயம்
குளத்து நீரில் போனது போக மீந்து
வெய்யிலில் கரைந்து போயின

தளுக்குக் குறைவதற்குள் மன்றல் வேண்டி
பொழுது கண்டு இரங்குகிறாள் மடந்தை.

*(அகநானூறு)

மண்ணை முத்தமிட தேவையான தேறல்

இணையைப் பின் தொடர்ந்து நுகரும்
பொலியின் திமிலைப் பாரு எத்தனை மதர்ப்பு
இந்த நிலம் என்னவோ
அதன் போகத்துக்கு மட்டும் விளைந்தது போலே
பொச்சரிப்பு கொள்ளாதே பனையேறியே...
நீயிருக்கும் மரத்தின் புளித்தத் தேறலில்
எத்தனை வண்டுகள் மடிந்துள்ளன?
ஒன்றையும் எடுத்து வெளியே போடாமல்
பானையோடு அப்படியே கொடு
ஒரு கெடேறியை விரட்டிக் கவரும் உன்மத்தம்
எனக்கும் உண்டு

அங்கே பாரடா! பனையின் அடிக்கட்டை போல்
புட்டம் பெருத்த பன்றி
பூவரசம் போத்தொன்றை முண்டித் தூக்கும்
அதன் நிணம் செழித்த கறி கிடைத்தால்ஞ்
நினைக்கவே எச்சிலூறுகிறது
தலை கீழாகக் குத்தும் போதைக்கு
நாக்கைச் சுரண்டி விடும் காரம் சேர்த்து
இரத்தத்தில் புரட்டிய கறியிருந்தால்
மண்ணை முத்தமிட்டபடி பொழுதுக்கும்
உறங்கலாம் பிதற்றலாம் மிதக்கலாம் கிடைக்குமா?
எலே கடம்பா!
உருமாவை இறுக்கிக் கட்டி
தொடையைத் தட்டிச் சிலும்பினால்
பன்றியென்ன பன்றி, களிற்றையே பிடிக்கலாம்
*"நிணம் பெருத்த கொழுஞ் சோற்றிடை"
பிசைந்து உருட்டி விழுங்கலாம்.

(தடம் விகடன்)

**புறநானூறு.*

வாஞ்சை எம் நிலத்தின் குணம்

அப்போது எங்கள் ஓடை நிலம்
வெண்சாமரையால் அடர்ந்திருந்தது
கோதுமை வயல்களைப்போல் மணற்பரப்பெங்கும்
மண்டியிருந்த வயற்புறக்களின் மத்தியில்,
முயல் பதுங்கியிருந்த குழிகளில்
மத்தியானக் கஞ்சியை மூடிவைத்திருப்போம்

விளைந்த சோளக்கதிர்களைக் கொத்திப் பறக்கும்
சிட்டுக்களைப் போவென விரட்டும் பொருட்டு
அடிக்கும் தகர டப்பாவில்
அவற்றை மயக்கிக் கவர்ந்திழுக்கும்
இசையின்றி வேறில்லை
அடுத்துள்ளப் பனைகளுக்குச் சென்று மீளும் சிட்டுக்கள்
எம் வாஞ்சையை சார்ந்திருந்தன என்பது
எம் நிலத்தின் குணம்

உலர்த்தப்படும் வலையைப்போன்ற
ஓடையின் நீர்ப்பிடிப்பில்
வெயிலை அசைத்து நீந்தும் மீன்கள்
வானத்தின் அடர் நீலத்தை
சாயம்போகச் செய்துக் கொண்டிருக்கும்

ஒரு பெரிய தூண்டில் நரம்பென
வளைந்திறங்கும் இறக்கத்தில்
பனங்காயின் நீரொத்த சுவையுடைய தண்ணீரில்
எம் மண்பானையின் வரம்பு மூழ்கும்

கம்மஞ்சோற்றில் சேர்ந்து கரைந்த ஓடையை
மூக்கு முட்ட குடிக்கும்போது
நிழல் கிழக்காய் நகரத் தொடங்கும்
அந்தி வருவதற்கும்,
தாழம்பூ வாசமெடுப்பதற்கும் சரியாயிருக்கும்

நிலத்தை விட்டு நாங்கள் புறப்படும்போது
கதிரொன்றைத் தரைக்கு வளைக்கும் குருவி
அதையும் சேர்த்த எம் வம்சத்தின்
விதைச் சோளத்தை
எங்கேனும் எடுத்துப்போய் எச்சமிடும்

மாயநீர்

பதினேழாம் நூற்றாண்டிற்குப் பிறகு
ஜட்டிப்போட கற்றுக்கொண்ட நாட்டின்
பேரினப் பருத்தியிலிருந்து தயாரிக்கப்பட்ட
ஆடையை வாங்கினோம்

எங்கள் வீடுகளில் இரண்டு புழுக்கள் நுழைந்தன
ஜீன் மாற்றம் செய்யப்பட்ட காய்களில்
அவையிரண்டும் தன்னை மெருகேற்றி வளர்ந்தன

ஒருநாள் நாங்கள் இருக்கும் பகுதியில் நீர் பஞ்சம் வந்தது
பசுமை மாறா காடுகளிலிருந்து
இலைகள் உதிரத் தொடங்கின
எம் நிலத்தின் மரகத வண்ணம்
மெல்ல நிறமிழந்து கொண்டிருந்தது

வெயில் நீள்வதுபோல்
எமது நிலம் பாலையாய்ப் பெருகியது
குறைந்த பகலும், அதிகக் கோடையும்
உயிர்க் கொல்லியைத் தாங்கி வரும் தூசிப்புயலும்
எம்மை மருளச் செய்தன

மெல்ல சுருங்கிக் கொண்டிருந்த எங்கள் கடலுக்கு
நதிகளின் வரத்து நின்று போயிற்று
நாங்கள் எங்கள் ஏமாற்றத்தைத்
தாங்கமுடியாமல் விம்மிக் கொண்டிருந்தபோது
ஒரு கப்பல் நிறைய போய்க்கொண்டிருந்தது
எம் நிலத்தின் மாயநீர்.

திருகைக்கல் போன்று அசையா காமம்

பலியிட்ட ஆட்டின் தலைக்கறியை ஏற்கும்
பெருந்தலைக்கட்டில் ஒருத்தியவள்
காட்டுத் தெய்வத்தின் காலடியில் உறைந்த
குருதியின் அரக்கு நிறத்தில் உடற்கட்டு
முளைகட்டிய விதைநெல்லை
ஈர வயலில் இறைத்துவிட்டு வந்ததைப்போல்
அத்தனை ஆதூரமாக அமைந்தது
எங்களின் மனம் தொட்டு பயிலல்

நடவு களைபறிப்பு நீர்க்கட்டு அறுவடை என
பருவம் அனைத்துக்கும் பதமான நிலம்
எங்கள் இயற்கைப் புணர்ச்சியைச் செழிக்க வைத்திருந்தது
கரிசாலைப் பூத்த வரப்புகளில்
நெல்லுதிரக் கட்டு சுமக்கும் பாதகத்தியின்
கெண்டைக்கால் சதைக்குப் பித்துற்றேன் ஒருநாள்

நெல் கொத்தும் சிட்டைப்போல்
வெடுக்கென்று கொத்தி விழுங்கினாள்
மலையினும் வலிய என் காமத்தை

திருகைக்கல் போன்று அசையா காமம் அவளுடையது
அவள் படுத்தத் தரையில் தேங்கிய வெப்பத்தை ஒத்தது
அக் காமத்தின் குணம்
பனிவரகைப்போல் அக் கல்லின் கண்களில்
நிரம்பிக் கிடக்கிறேன் நான்.